கவியமுது

ஸ்ரீ நவீனா செ

Made with ♥ on the Notion Press Platform
www.notionpress.com

இக்கவிதை நூலைப்படிக்க எண்ணிய அனைவருக்கும்.....

பொருளடக்கம்

பொருளடக்கம்

அணிந்துரை

மதிப்பும் மறியாதையும் மிக்க மாணவி ஸ்ரீ நவீனா,என் நெஞ்சில் இன்றும் அழியா இடத்தைப்பெற்றுள்ளார்.அவர் பள்ளியை விட்டு ஆண்டுகள் பல கழிந்தாலும்.அவர் தமிழ் கவிதைகள் எழுதும் ஆற்றல் மிக்கவர்.தமிழ்ப்பற்று கொண்டவர்.பள்ளியில் அனைவரிட-மும் நற்பெயர் கொண்டு சிறந்த பண்புடன் திகழ்ந்தவர்.நான் கண்ட திறமை வாய்ந்த மாணவிகளுள் இவரும் ஒருவர். அவரின் தமிழ் கையெழுத்து மிகவும் அழகாக இருக்கும்.இவரை மாணவியாகக் கொண்டதில் நான் பெருமகிழ்ச்சி அடைகிறேன். இன்னும் பல சாதனைகளைப் புரிந்து பல சிகரங்களை அடைய என் மனமார்ந்த வாத்துக்கள். - கி சீதாலட்சுமி

நன்றி

இந்தக் கவிதை நூலை இயற்ற வழி அமைத்த அந்த இறைவனுக்கு என் முதல் நன்றி.என் கவித்திறனை ஊக்குவித்து இப்புத்தகம் இயற்ற காரணமாக இருந்த என் ஆசிரியர் திருமதி சீதாலஷ்சுமி அவர்களுக்கும் என் பெற்றோர்களுக்கும் (செல்வம் - பானுமதி) என் நெஞ்சார்ந்த நன்றியை இப்பகுதியின் மூலம் தெரிவித்துக்கொள்கிறேன்.இந்த பதிப்பை வெளியிட துணை நின்ற நண்பர்களுக்கும் என் நன்றி!!

முகவுரை

இந்தக்கவிதை நூலில் காதல்,நட்பு மற்றும் சில தலைப்புகளில் கவி-தைகள் இயற்றப்பட்டு உள்ளது.இந்த காலத்தில் காதல் மற்றும் நட்பு இரண்டும் ஒரு பிரிக்க முடியா அங்கம் ஆகிவிட்டது.இந்நூலில் காதல் மற்றும் நட்பு,அதன் உணர்வுகள் கவிதையாக எழுத்தப்பட்டு உள்ளது.இதுமட்டும் இல்லாமல் பெண்மை மற்றும் வாழ்க்கை என்ற தலைப்புகளிலும் கவிதைகள் இயற்றப்பட்டு உள்ளது.இது என் முதல் கவிதை நூல் ஆகும்.இந்நூலில் எழுத்துப்பிழைகள் இருந்தால் மன்-னிக்கவும்.

1. பெண்மை

பொறுமையின் கடலாய் நின்று
வேதனையையும் வலியையும் பொறுத்தவல் அவள்
அன்பின் மழை பொழிந்து
அன்பால் கட்டித்தழுவியவள் அவள்?..
மெல்லிய மனம் கொண்டு
எதையும் தாங்கும் இதயம் கொண்டவள் அவள்..
அழகிய தேகம் கொண்டு
எவ்வலியும் பொறுப்பவள் அவள்..
கல்லம் கபடம் இல்லா மனம் கொண்டு
அழகெனத் தோன்றிடும் பிஞ்சுப்பாதங்களை
இவ்வுலகிற்கு பரிசளிப்பவள் அவள்
அவள்.. யார் என்று தெரியுமா?..
அவள்.. இவ்வார்தையின் அர்தம் உணர
தேடல் ஆரம்பித்தது
அவள்... தேடல் நீடித்தது
இறுதியில் உணர்ந்தது ஒன்று...அவள்
அவள்... என்னில் வசிப்பவள்..
அவள்...பிறப்பின் பெயர் பெண்...
அவள்... பருவப் பெயர் குமரி..
அவள்... இன்னொரு பிம்பம்..மனைவி..அம்மா..
ஆனால்!!!
இதில் அவள் யார்?
அவள்... என்னில் வசிக்கும் ஒரு அழகி உயிர்..
அவள்... அவள் தான் பெண்மை
ஆம்.. இத்தனை அழகிய பாரங்களை தாங்க முடியாமல்

தாங்கிக் கொண்டு இருப்பவள் அவள்
நான்..நான்.. பெண்மை
மங்கையராய் பிறப்பதற்கே
நல்ல மாதவம் செய்திடல் வேண்டுமம்மா ....

2. காதலனை பார்க்கும் அந்நொடி

கண்ணா!!

போதும் உன் மாய விளையாட்டு!!
உனது கண்ணைப்பார்க்கும்
ஒவ்வொரு வேலையிலும்
ஒவ்வொரு நொடியும்
உன்னிடம் விழுகிறேன்!!
என்னால் இதைத்தடுக்க முடியவில்லை!!
இனி தடுக்க போவதும் இல்லை
ஏனெனில் உன்னிடத்தில் நான்
எப்போதோ விழுந்து விட்டேன்!!
என் உறவே!!

3. காதலிக்கும் நாட்கள்

• 4 •

சூரிய அஸ்தமனத்தை வெறுக்கிறேன்!!?
ஏன்!?
உன்னைப்பார்க்க முடியாது அல்லவா!!
அந்நொடி முதல் ஒவ்வொரு நொடியும்!!
ஒவ்வொரு நிமிடமும்!!
விடியலிற்காக ஏங்கினேன்
என் தூக்கத்தையும் மறந்து

4. காதலிக்கும் காலங்கள்

நான் உன்னை நேசிக்க ஆரம்பித்த
நாள் முதல் இன்று வரை
உன்னை மறக்க நினைத்ததில்லை
இனி மறக்கப்போவதும் இல்லை
உனது கைகளைக்கோர்க்க
மனம் துள்ளுகிறதே
ஆனால்!!
உன்னை வேர் ஒரு பெண்ணுடன் காணும்போது
ஒர் அறியா கோபம் தோன்றுகிறது
உனது கண்கள் என்னும் காந்தத்தால்
ஒவ்வொரு முறையும் நான் என்னையும் மறந்து
ஈர்க்கப்படுகிறேன்!!
காலம் கடந்தும்
நீ என்னுள் வாழ் வாய்
உறவாய் இல்லை!!
உயிராய்!!

5. கருத்து வேறுபாடு

கடவுள் தந்த வரமே!!
ஆனால்!?
நீண்ட நாள் நீடிக்கவில்லை!!
நான் கூறிய ஒற்றை வார்த்தையால்
நமது உறவு முடியும்
என நினைக்கவில்லை
ஆனால்!
முடிந்து விட்டது!
உனக்கு துன்பம் சேர்க்கும் என அரிய வில்லை
ஆனால்!
துன்பம் சேர்த்து விட்டது..
உன் அருகில் வர நினைக்கிறேன்
நீயோ விலகிச் செல்கிறாய்
நான் செய்தது தவறானாலும்
உனது பிரிவு என்னை வாட்டுகிறது
நீ அருகில் இருந்தும்
பிரிவை உணர்கிறேன்

6. காத்திருந்த அந்த நாட்கள்

கண்கள் நிறைய உனது நினைவுகள்
மனம் முழுதும் பாரம்
ஏனோ ஒரு வலி
அந்த வலி என்று முடியுமோ
உனது கைகளை எப்போது கோர்ப்பேனோ
எனது உலகம் நீயும்
உனது உலகம் நானும்
என்று மாறும் நொடி எதுவோ
உன் என்னவலாக நானும்
என் என்னவனாக நீயும்
மாறிடும் நாள் எதுவோ
இனி வலிகள் நிறைந்த நாள் எத்தனையோ?
எதுவோ?!
உனக்காக என்னை அர்பநித்த எனக்கு!!
உனக்காக என்னை அர்பநித்த எனக்கு!!
இது பெரியதல்ல
காத்திருப்பேன்!!
இராதை கிருஷ்னருக்காக காத்திருந்தது போல!!!

7. தனிமை

நண்பர்கள் பலர் உணடு
ஆனால் !!
தனிமையை உணர்கிறேன்
நான் கூறிய ஒற்றை வார்த்தையின் பரிசு
தனிமை!!
மனம் தூளாக உடைந்தும்
உன்னை நேசிக்கிறேன்
ஆனால் நீ இல்லை
தனிமை!!

8. உனக்காக நானும் எனக்காக நீயும்

அழகு வேண்டாம்
உன் அன்பு போதும்
ஆடம்பரம் வேண்டாம்
உன் ஆறுதல் போதும்
பணம் வேண்டாம்
உன் பாசம் போதும்
உனக்கு நானும்
எனக்கு நீயும்
உறவா இல்லை
உயிராய் வேண்டும்

9. மகிழ்ச்சியான முடிவு

சில இன்பமும்!!
சில சோகமும்!!
எதுவாயினும் என் முதலும் நீ..முடிவும் நீ..
காலம் கடந்தும் உன்னை நேசிப்பேன்
உன் என்னவள் நான்!!
என் என்னவன் நீயே!!

10. இன்று

என் காதல் உடைந்தது இன்று
உன் மனம் புரிந்தது இன்று
என் மனம் உடைந்தது இன்று
என் காதல் வரையறையற்று போனது இன்று
இரவும் பகலானது இன்று
நான் செய்த தீமையின் விளைவு இன்று
வானம் இருண்டது இன்று
தனிமை உணர்ந்தது இன்று
சிரிப்பு மறைந்தது இன்று
எனது கனவு கலைத்தது இன்று
வலிகள் நிறைந்தது இன்று
கண்கள் நீரில் நனைந்தது இன்று
உலகம் இருளானது இன்று
என் இதயம் துடிக்கத் தயங்கினது இன்று
என்னவன் எனக்கில்லையெனத் தெரிந்தது
இன்று

11. சிறிய காலத்து காதல்

சில மாதங்கள் மட்டுமே நிகழ்த்திய காதல் எனினும்
பல யுகங்களுக்கான
அன்பையும்!! வேதனையும்!!
கொடுத்து சென்று விட்டான்....

12. காதல் தோல்வி

கூறிய ஒற்றை வார்த்தையால்
நான் யுகங்களாய் நடத்திய காதல் முடிந்ததோ
என்னுடன் மழை மேகமும்
கண்ணீர் மழையை கொட்டித் தீர்த்ததே
உன் கரம் பற்றத் துடித்த இதயம்
நின்று போனதே
ஜென்மங்கலாய் நிகழ்த்திய காதல் முடிந்ததோ
ஆனால்
இவை உணர்த்தியது ஒன்று
என்னவன் எனக்கானவன் இல்லை என்று

13. காதல் நினைவுகள்

நான் உன்னை நேசிக்க ஆரம்பித்த
நாள் முதல் இன்று வரை
உன்னை மறக்க நினைத்ததில்லை
இனி மறக்க போவதும் இல்லை
இந்த வாழ்க்கை என்னை
வாழ வைக்க போவதும் இல்லை
ஆனால்!!....
என் உயிர் இருக்கும் வரையிலும்
நீ என்னுள்
வாழ்ந்து கொண்டு தான் இருப்பாய்
என் கடைசி மூச்சு இருக்கும் வரை...

14. நட்பு

தாய் ஒருவர் இல்லை
நாம் எந்த உறவும் இல்லை
உனக்காக நானும்!!
எனக்காக நீயும்!!
என மாறிய நாள் எதுவோ?!
நீயும் நானும் சேர்ந்த காரணம் எதுவோ?!
ஆனால்,
இறுதி வரையிலும் உன் தோழி நானே!!
என் தோழி நீயே!!

15. நட்பு

சண்டைகள் பல உண்டு
பிரிவுகளும் பல உண்டு
ஆனால்!!
உறவு என்றும் உண்டு
இவை உணர்த்தியது ஒன்று
நான் உன் தோழி என்று!!
நீ என் தோழன் என்று!!

16. ஆண் பெண் நட்பு

• 17 •

நிலவு தோன்றி மறைந்தாலும்
காலங்கள் பல கடந்தாலும்
சூரியன் தோன்றி மறைந்தாலும்
உன் உயிர் தோழி
என் உயிர் தோழன் நீயே
உனக்கு உறவாய் இல்லை
உயிராய் இருப்பேன்

17. அன்பின் வலி

அன்பு காட்டினேன்
துன்புற்றேன்!!
ஆனால்!
அன்பு காட்டு வதை நிறுத்தவில்லை
ஏனெனில்!!
எனக்காக என்னை நேசிப்பவன் வருவானென!!

18. பிரிவின் விளைவு தனிமை

தனிமை!!
இதை மறைக்க
என் உதடுகள் போட்டது ஒரு நாடகம்
அந்நாடகமே!
எனது சிரிப்பு!!
ஆனால்!!.
பார்ப்பவர் கண்களுக்குத் தெரியாது
அந்தச் சிரிப்பில் என் வலியும் வேதனையும் துயரமும்
மறைந்து இருக்கிறது என்று
ஏனெனில்!!
இம்மூன்றையும் உணர்ந்து காயப்படுபவள்
நான்!..

19. காரணம் அறியா பிரிவு

வானவில் போலத் தோன்றி மறைந்தது ஏன்?
உனது கண்கள் என்னைச் சுட்டெரிப்பதேன்?
என்னை வெறுப்பதேன்?
என்னை வெறுக்கிறாயா?
இல்லை!!

20. கண்ணீர்

விழிகளில் ஆயிரம் கவலைகள் இருந்தும்
விழிகளில் கண்ணீர் வராமல் இருப்பதும் நல்லது ஆனால்!!
விழிக்குத் தெரியும்
எவ்வளவு துன்பம் உண்டு என்று

21. பள்ளியில் கடைசி நாள்

சில்லென மழையும்
ஒரு பெரிய சோகமும்
என் முகம் சிரித்தாலும்
கண்கள் நீரில் நனைகிறது
நாம் எவ்வித பந்தமும் இல்லை
ஆனால்!!
ஏன் இந்தப் பிரிவு நம்மை வாட்டுகிறது
நமது உறவுக்கு எல்லை இல்லை என்பதாலா??
இல்லை?
இந்தப் பிரிவு இன்று மட்டுமே என்றா??!
இவ்வுலகில் எதுவும் நிரந்தரம் இல்லை!!
அதில் நம் நட்பும் உண்டு
இந்தப் பிரிவும் உண்டு
ஆனால்!!
இந்தச் சிறு இடைவேளை நம்மை ஒன்றும் செய்யாது
காத்திருப்போம்!!
நாம் சேரும் வரை
உன் முகம் என் முகம் பார்க்கும் வரை...

22. விடைபெறும் நாள்

மழையுடன் சோகமும்
சிரிப்புடன் கண்ணீரும்
இன்பம் ஒருபக்கம்
பிரிவு மறுபக்கம்
கடைசி வார்த்தைகளும் அழுகையும்
மீண்டும் ஒரு முறை
என் வகுப்பில்
உயிர் கொடுக்கும் தோழனுடனும்
தோள் சாயும் தோழியுடனும்
சோர்வூட்டும் வகுப்பும்
ஆசிரியர்களின் கதைகளும்
நமது நட்பு மலர்ந்த நாட்களும்
உமது கள்ளமில்லா சிரிப்பும்
என் வாழ்வில் மீண்டும் கிடைக்குமா??

23. இரவின் நண்பன்

மறக்க முடிந்த சோகத்தைப் பெற்றோர் அறிவர்
மனிக்க முடிந்த சோகத்தை நண்பன் அறிவான்
ஆனால்!!
மறுக்க முடியாது வேதனை...சோகம்...
இவைகளை!!நம்மை
இரவில் அரவணைத்துக்கொள்ளும்!!...
தலையணைக்கு மட்டுமே தெரியும்!!..

24. நிலையான நண்பன்

நண்பர்கள் பலர் உண்டு...
ஆனால்!!
தனிமையை உணர்கிறேன்!!..
எளிதில் அன்புக்காட்டினேன்...
அதற்குக் கிடைத்த பரிசு!!
தனிமை...!!
இவ்வுலகில் யார் வந்து போனாலும்
தனிமை ஒன்றே நிலையானது!

25. தூர தேசத்து நட்பு

நாம் பேசுவதில்லை!!
பார்ப்பதும் இல்லை!!
பழகுவதும் இல்லை!!
ஆனால்...
மனதில் என்னை நீயும்!!
உன்னை நானும்!!
நினைப்பதுண்டு...

26. அன்பிற்கு ஏங்கும் நேரம்

அன்பே நீ என் அருகில் இருக்கும்போது
கவலை இல்லாமல் இருந்தேன்
ஆனால்!!
இப்போது நீயோ
என்னை விட்டுத் தொலைதூரத்தில் இருக்கின்றாய்
அருகில் இருந்தால் கட்டியனைது சொல்லி இருப்பேன்
நீயோ தொலைவில் இருக்கிறாய்
தூது அனுப்புகிறேன்!!
ஆயிரம் கவலை என்னிடம் உள்ளதால்
உன் அன்பிற்கு ஏங்கும்
உன் அன்பு தோழி நான்!.

27. கள்ளம் கபடம் இல்லா நட்பு

• 28 •

ஓவியத்திற்கு அழகு படைப்பவன்!?
கவிஞன்
கலைக்கு அழகு சேர்ப்பவன்!?
கலைஞன்
கவிதைக்கு அழகு படைப்பது!?
நீ
உனக்கு அழகு சேர்ப்பவள்!?
நான்
நமக்கு அழகு சேர்ப்பது!?
நம் நட்பு!..

28. கண்கள்

தான் பார்ப்பது அழகாக இல்லை என்று நினைத்தாள்
கோளாறு!!
உன் கண்ணில் அல்ல
உன் மனதில்!!

29. உறவின் நினைவுகள்

மறக்க முடியாத உறவும் நீதான்
வெறுக்க முடியாத உறவும் நீதான்
உன் நினைவுகள் இருப்பதோ என் விழியோரத்தில்
மீண்டும் கிடைக்குமா!?
உன்னுடன் பழகிய அந்த நாட்கள்!!?

30. வாழ்க்கை

ஒரு சில நேரங்களில் உன் வாழ்க்கை
உனக்குப் பிடித்ததை வெறுக்கச்சொல்லி சொல்லும்
ஆனால்!!
ஒரு சில நேரம்
உனக்கு வெறுப்பதை விரும்பச்சொல்லும்
இவ்விரண்டுற்கும் நடுவே மாடிக்கொண்டு
இவ்விரண்டிக்கும் நடுவே அலைமோதும்
வாழ்க்கையே...
மனித வாழ்க்கை.!!

31. வாழ்க்கை புரிதல்

எவர் ஒருவர் இந்த உலகை புரிந்து கொள்கிறார்களோ
அவர்களே!!
இவ்வுலகில் வாழத் தகுதி பெற்றவர்
ஆகையால்!!
முதலில் புரிந்துகொள் அதன் பின் செயல்படு

32. உன் உயிர் உள்ள வரையில்

அவனுக்கோ நாட்டின் மீது காதல்
எனக்கோ அவனின் மீது காதல்
அவனோ எல்லையில் எதிரிகளோடு போராடுகிறான்
நானோ அவனின் நினைவுகளோடு போராடுகிறேன்
அவன் நாட்டின் பாதுகாப்பிற்காக
எல்லையில் நிற்கிறான்
நானோ அவன் பாதுகாப்பை வேண்டி நிற்கிறேன்
அவன் நினைவால் நான் வாடுகிறேன்
ஆனால்!!
அவனோ பனியில் விடுகிறான்
என் வீட்டின் வாயில் நோக்கி எதிர் பார்த்து
காத்து கொண்டு இருக்கிறேன்.
உன் வரவை வேண்டி
வந்தான்...ஒரு நாள் அவன் வந்தான்
ஆனால்!!
என்னை எப்பொழுதும் பார்த்துச் சிரித்து
ஓடி வந்து கட்டி அணைக்கும்
அவனது கைகள்...
என்னை அணைக்கவில்லை...
அவன் கைகளோ கட்டபட்டு இருந்தது
திரும்பி வருவேன் என்று சொல்லி
எல்லை திரும்பிய அவன்...
வாக்கைக்காப்பாற்றினான்
ஆனால்!!
நான்கு முனை உடைய பெட்டியில்...வந்தான்!!

அவன் காதலியின் உடை போர்த்தி
தந்தான் அவன் உடையை என்னிடம்
வந்தான் உயிர் இல்லா உடலாய்
வந்து...
என் ஜீவனை எடுத்துச்சென்று விட்டான்!!

ஆசிரியர் குறிப்பு

ஸ்ரீ நவீனா.செ,சேலம் மாவட்டம் பாலம்பட்டி என்ற ஊரில் 2007 ஆம் ஆண்டுப் பிறந்தவர்.இவர் சேலம் மாவட்டத்தில் உள்ள மகரிஷி வித்யா மந்திர் பள்ளியில் தனது பள்ளி படிப்பை முடித்தார்.தற்போது பூசாகோ அர கிருஷ்ணம்மாள் மகளிர் கல்லூரியில் தனது முதலாம் இளங்கலை பட்டப்படிப்பைப்பயின்று வருகிறார்.இது இவரின் முத-லாவது கவிதை நூலாகும்.

www.ingramcontent.com/pod-product-compliance
Lightning Source LLC
Chambersburg PA
CBHW020654160726
47991CB00003B/1180